కిరణ్ బేదీ
ఎలా చేరింది ఎంతో ఎత్తుకి

కిరణ్‌ని ప్రేమతో మేం కినీ దీదీ అని పిలిచేవాళ్ళం. తన బాల్యం బయట కార్యకలాపాలతో, ఆటపాటలతో మాతోనే గడిచింది. తరతరాలుగా మేం ఉంటున్న ఇంటికి దగ్గరలో ఒక తోట ఉండేది. దానిలో మేం ఆడుకునేవాళ్ళం.

మా ఆటస్థలం జలియన్ వాలాబాగ్ దగ్గరే... ఏ జలియన్ వాలాబాగ్‌లో భారతస్వాతంత్ర్యం కోసం అమరవీరులు వాళ్ళ ప్రాణాలను అర్పించారో... , నిర్భయంగా చట్టాన్ని అమలు పరచగల సామర్థ్యం గల్గిన మొదటి భారతీయ మహిళా పోలీసు ఉన్నతాధికారిగా చూడ్డానికి ఇదే స్వాతంత్ర్య భారతదేశం ఒకనాటికి సాక్షిగా నిలుస్తుందని, మాకప్పుడు తెలియదు.

మా ముత్తాత ఒక పెద్ద వ్యాపారి. ఆయన 1860లో పేషావర్ నుండి అమృతసర్ వచ్చి స్థిరపడ్డారు. ప్రస్తుతం పేషావర్ పాకిస్తాన్‌లోకి వెళ్ళిపోయింది. అక్కడనుండీ రావటం వలన ఆయనను పేషావరియా అని పిలిచేవారు.
లాలాహరగోవింద్ పేషావరియా
మునీలాల్ పేషావరియా ప్రీతమ్ కౌర్
కిషన్ దాస్ అరోడా కృపాల్ ఽ
లాలాహరగోవింద్ ధార్మిక ప్రవృత్తి గల్గిన వ్యాపారి. ఆయన ఎన్నో సత్రాలను కట్టించాడు. అవి పేషావరియా ధర్మ శాలలుగా పిలవబడుతాయి. వాటిల్లో ఉత్తర భారతదేశంలోని విభిన్న ప్రాంతాల నుండీ యాత్రికులు వచ్చి బసచేసి పోతూ వుండేవారు.
మా తల్లిదండ్రులు ప్రకాష్‌లాల్ మరియు ప్రేమలత పేషావరియా
పేషావరియా ధర్మశాల
ఈ సత్రాల సంరక్షణ బాధ్యత ఒక పేషావరియా ట్రస్టు నిర్వహిస్తుంది.

మా తాతయ్య మునీలాల్ పెషావర్ కూడా వారసత్వంగా అమృతసర్‌లో ఎంతో పరపతి గల్గిన వ్యాపారి. ఆయనకు యిక్కడ ఎంతో సంపత్తి, వ్యాపార పరిశ్రమలు వున్నాయి.
SERVICE CLUB AMRITSAR
అమృతసర్‌లోని చోటిక్లబ్ సభ్యుడు. ఆయన ఆ క్లబ్ కెళ్ళడానికి తమ నలుగురు అబ్బాయిల్లో ఒక్క అబ్బాయి అంటే మా నాన్నగారినే అనుమతించారు.
ప్రకాష్! ఇదిగో ఇవి తీసుకో ఈనెల ఖర్చులకి డబ్బులు.
తక్కి న ముగ్గురు పిల్లలూ స్కూ లికెళ్ళే వారని ఆయనకు అర్థం కాలేదు.
ఆయన విద్యా వంతుడే అయినా ప్రవర్తన మాత్రం సామంతరాజులా అందరిపై తనకే అధికారం వున్నట్లుగా వుండేది. ఆయన ఇచ్చే కొద్దిపాటి డబ్బుతో నెల ఖర్చు జరపమని మా నాన్నకి ఖచ్చితంగా చెప్పి మరీ ఇచ్చేవారు.
మా తాతగారి వాదన ఏమిటంటే ఆయన ఖర్చులకిచ్చేది సరిపోతుంది. ఎందుకంటే తిండికి, క్లబ్ బిల్లు కట్టడానికి వేరుగా ఇస్తున్నాం కదా! అని.

మా అమ్మనాన్నలు మా చదువుకోసం సెక్రెడ్ హార్ట్ కాన్వెంట్‌కి పంపడం సరియైనదని భావించారు. ఇది మా ఇంటి నుండీ 14 కిలోమీటర్ల దూరంలో వుంది. అదే అక్కడ చాలా పేరున్న స్కూలు. అదే అన్నింటికంటే ప్రియమైన స్కూలుగా చెప్పబడేది.
మేము పెద్దవాళ్ళమవుతున్నకొద్దీ మాకిచ్చే జేబు ఖర్చుకని ఇచ్చే బత్తెం మా స్కూలు ఫీజులకి సరిపోయేది కాదు.
ఈ సారి కూడా నీవు ఫీజు కట్టడం ఆలస్యమౌతుంది.
సిస్టర్! వచ్చేనెలలో తప్పనిసరిగా ఫీజుకడతానండీ!
పెచ్చు పెరిగిపోతున్న ఖర్చుతో ఆదురా పడుతున్న మా నాన్నగారిని చూచి ఒక రోజు మా తాతగారు అన్నారు.
బాబూ ప్రకాష్! మన యింటి దగ్గరే ఉచితంగా చదువు చెప్పే బడి వుంది కదా! పిల్లల్ని అక్కడెందుకు చదివించకూడదు. అరె నాన్నా!... వాళ్ళకి కట్నం ఇచ్చి పెళ్ళిచేసి పంపడానికి మన దగ్గర చాలా డబ్బు వుందికదా!
నాన్నగారూ! ఇప్పటి వరకూ మీరే మాకు సంబంధించిన నిర్ణయాలన్నీ తీసుకొంటూ వచ్చారు. నేను వాటికి శిరసావహించాను. కానీ నా ఆడపిల్లల విషయంలో మిమ్మల్ని ఎలాంటి నిర్ణయం తీసుకోనివ్వను.
అయితే నీకు అయ్యే ఖర్చు నీవే చూచుకో. ఇహ నేనెలాంటి ఆర్థిక సహాయం చేయను.
ప్రేమా! జీవితంలో మొదటిసారి ఇవ్వాళ మానాన్నగారి మాట త్రోసిపుచ్చే సాహసం చేశాను. ఇహ మన బిడ్డల పోషణ మరో విధంగా జరుపుకోవాలి.
ఏదయినా జరుగనీయండి! మన అమ్మాయిల చదువు విషయంలో రాజీ పడేదేలేదు. నా పిల్లలు ఇచ్చేవారుగా ఉండాలి, సహాయం పొందే వారిగా కాదు.
ఆ తరువాత మా న్నాగారు బీమా వ్యాపారం చేయసాగారు. మా అమ్మమ్మ తాతయ్యలు మాస్కూలు ఫీజు కట్టడం మొదలుపెట్టారు. కొద్దికాలం తరువాత అమ్మా నాన్నలకు కుటుంబ వారసత్వంగా రావలసిన ఆస్తిలో వాటా పెద్ద మొత్తంగానే వచ్చింది.

కిరణ్‌లో నాయకత్వ లక్షణాలు చాలాముందు నుండీ కనిపించసాగాయి. చాలా కష్టపడి చదవడం, అన్నింటిలో ఉత్సాహంగా పాల్గొనడంతో ఉపాధ్యాయులకు ప్రియశిష్యురాలైపోయేది.
ఓ ప్రభూ! మా తల్లిదండ్రులు నన్ను చూచి గర్వపడేలా నన్ను తయారు చెయ్యి.
ఎంత ఎండయినా వానైనా మా నాన్నగారు మమ్మల్ని సైకిలు మీద రోజు స్కూలుకి తీసుకెళ్ళేవారు. మాకు ముఖ్యంగా మా కిరణ్‌కి మంచి భవిష్యత్తు ఏర్పడాలని మా తల్లిదండ్రులు ఎన్నింటినో వదిలివేసుకున్నారు. ఇదంతా కిరణ్‌కి అర్థమవ్వసాగింది.
నేనెప్పటికీ వారు చిందించే ఒక్క చెమట బొట్టు కూడా వృథా కానివ్వను.

స్కూలు అయిపోయిన తర్వాత టెన్నిస్ క్లబ్‌కి వెళ్ళడానికి బస్సులకోసం వెదకవలసి వచ్చేది. ఆ క్లబ్ అక్కడికి సుమారు 7 కిలోమీటర్లు దూరం. ఇహ ఎవరినైనా స్నేహితుల్ని లిఫ్ట్ అడగడమో బస్సు పట్టుకోవడం చేసేవాళ్ళం మేం ముగ్గురం.
చాలా పనులు ఒక్కసారిగా చేయగల నేర్పును కల్గివుండేది కిరణ్. అలాంటి నేర్పును అలవర్చుకోవడం కూడా చాలాముఖ్యం. 24గం॥లో మేం స్కూలుకి వెళ్ళాలి. ఉత్తమ విద్యార్థినులుగా అవ్వాలి. టెన్నిస్ పోటీల్లో ప్రతిభను చూపగలగడం నేర్చుకోవాలి.
ఒక ప్రక్క హోమ్ వర్క్ పూర్తి చేయడం, మరో ప్రక్క టెన్నిస్ కోర్టులో మా వంతు వచ్చే వరకూ ఎదురు చూస్తూ వుండటం జరిగేది.
లేదా ఇంటికి వచ్చీ రావడంతో చిరాకులు పరాకులను పడే వారిని భరిస్తూ... చాలా చిన్న వయస్సులోనే మా మీద మేం ఆధార పడటం నేర్చుకొన్నాం. మా పోషణలో నిజానికి ఎట్లాంటి కట్టుబాట్లు లేవు.

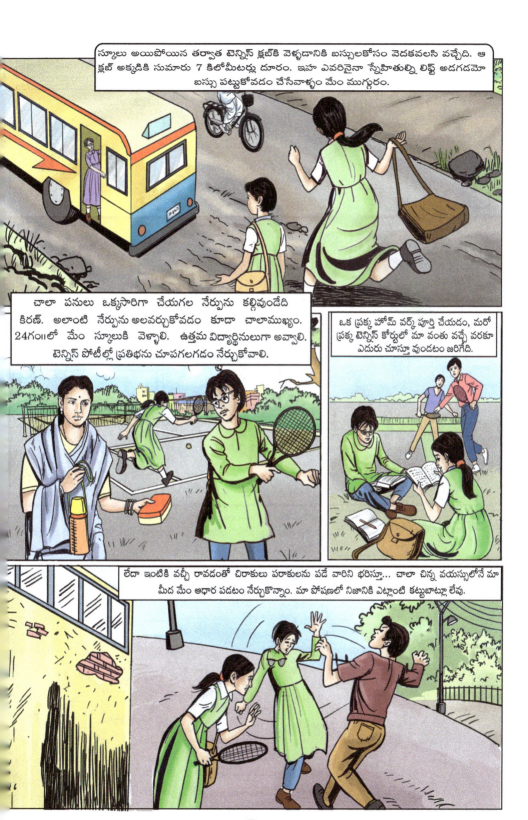

రాత్రి పూట భోజనంలో మా అమ్మ చేసిన రకరకాల రుచికరమైన పదార్థాలు తినడంతోనే అయిపోదు.
ఆ రోజు జరిగిన విషయాలు అంతా కలసి చెప్పుకుంటూ ఉల్లాసంగా గడిపేవాళ్ళం.
ఇంటి పనులన్నింటిలో అందరూ కలసి మెలసి వాటిని పంచుకొని చేసేసేవాళ్ళం. అది ఇళ్ళు ఊడవడం, బట్టలు ఉతకడం... మరింకేదయినా సరే...
లేదా డాడీ బైక్ శుభ్రం చేయడమో...
పోషించడం అనేది కేవలం ఆహారాన్ని సమకూర్చడంతోనే కాదు. కిరణ్‌కి బాగా గుర్తు "రాత్రిపూట లైట్లు ఆర్పివేసినా కూడా మా నాన్నగారు వచ్చి మమ్మల్ని లేపేవారు. ఆయనకు ప్రేరణనిచ్చిన విషయాలను గురించి చెప్పేవారు" రాత్రిపూట చాలా పొద్దుపోయే వరకూ చదువుతూ వుండేవారు.
ఆ చిన్నచిన్న విషయాలే కిరణ్‌ని ఎంతో ఉత్తేజపరిచేవి. ఎంతో ప్రేరణ నిచ్చేవి.

చాలా చిన్న వయసులోనే కిరణ్ అర్థం చేసుకుంది. "ఒకవేళ మనం ఎవరికన్నా సహాయం చేయగల్గాలంటే, శక్తివంతమైన పదవిని సంపాదించడం తప్పని సరి." ఒకరోజు మాకు పాలు పోసే అమ్మాయి పరుగెత్తుకొంటూ వచ్చి నా భర్తను ఏదో నేరం చేశాడని అరెస్టు చేశారని లబోదిబోమని ఏడ్చింది.
బాబుగారు! నా పెనిమిటి ఏ తప్పు యెరుగడు. దయచేసి అతడ్ని కాపాడండయ్యా!
మా నాన్నగారు వెంటనే ఆ స్థానిక అధికారికి ఫోన్ చేయడం కిరణ్ చూచింది.
ఆఫీసర్ గారూ! ఆ వ్యక్తి నిర్దోషి. దయచేసి అతడికి అన్యాయం జరగకుండా చూడండి.
ఆ పని జరిగిపోయింది. సాయంత్రానికల్లా ఆ అమ్మాయి భర్త ఇంటికి తిరిగి వచ్చాడు.
ఓ భగవంతుడా! నా శక్తి సామర్థ్యాలతో ఆపదలు ఎదుర్కొంటున్న వారికి సహాయం చేయగలిగేలా నన్ను తయారు చెయ్యి!

ఇతర ఘటనలు కూడా మమ్మల్ని ప్రభావితం చేశాయి. అందులో ఒకటి పెళ్లి వ్యవహారం. ఇంత ఆడంబరంగా ఇన్ని ఖరీదైన వస్తువుల్ని ఏర్పాటు చేశారెందుకని మా నాన్నగారిని అడిగాము. దానికి ఆయన చెప్పారు. ఇది వరకట్నపు సామాగ్రి. పెళ్ళికొడుకు వాళ్ళ కుటుంబం వారు అడిగినవి.
అయితే ప్రతి ఆడపిల్ల పెళ్ళీ ఇట్లా ఖరీదైన సామాను వాళ్ళకు ఇచ్చి వేస్తేనే జరుగుతుందా!
అవునమ్మా! ఈ ఇంటి అమ్మాయి ఆ ఇంటి మనిషిగా చేసుకోవడానికి పెళ్ళికొడుకు తరుపువాళ్ళు ఆశకు లోబడతారు. కట్నంగా ఏదైనా కోరతారు. లేకపోతే ముందు ముందు ఆడపిల్లలో ఏదైనా జరిగితే ఎదుర్కొనే సాహసం ఉండదు.
అమ్మా! మమ్మల్ని యిక్కడ నుంచీ ఇంటికి తీసుకెళ్ళు. నాకిక్కడ ఏదీ మంచిగా అనిపించడం లేదు. ఇక్కడ కనీసం భోజనం చేయాలని కూడా లేదు.
ఆ రాత్రి కిరణ్ నిద్రకూడా పోలేకపోయింది. తనక్కూడా ఇలాగే జరుగుతుందేమోనని ఆలోచనలో పడింది. ఎందుకంటే తాను కూడా ఒక ఆడపిల్లే కదా!
నిద్రపో తల్లీ! కిన్నీబేటా! ఆలోచించకు. ఇదంతా నీకు జరగదులే. నీ తోబుట్టువులికీ జరగదు. మిమ్మల్ని నేను వేరుగా పెంచాను. మీరు ఇచ్చే వాళ్ళే అవుతారు తీసుకునే వాళ్ళు కాదు.

స్కూల్లో చదువుకొనే రోజుల్లోనే కిరణ్‌కి ఏది తప్పు, ఏది ఒప్పు అన్నది తెలుసు. ఎప్పుడూ తాను తీసుకొనే నిర్ణయాలు సరిగ్గా ఉండేవి.
కిరణ్! నీవు గణితంలో వెనుకబడుతున్నావు. కాబట్టి సైన్సు కాకుండా గృహఅధ్యయన అంశాన్ని నీకిస్తాను.
గృహఅధ్యయనం లాంటి అంశం నాకెప్పటికీ వద్దు సిస్టర్! అట్లా గనుక జరిగితే నేనీ స్కూలు నుండి వెళ్ళిపోతాను.
అమ్మా! నేను స్కూలు మారిపోవాలి. నాకక్కడ వాళ్ళు గృహ పరిసరాల అధ్యయనం అనే అంశాన్ని ఇస్తున్నారు. సైన్సు సబ్జెక్టు ఇవ్వడంలేదు.
సరే నాన్నా! నాకు తెలుసు, నీకేమి కావాలో నీకు స్పష్టంగా తెలుసు.
CAMBRIDGE COLLEGE
కిరణ్ ఎప్పుడూ చాలా స్పష్టమైన ఆలోచనా విధానంతో ఉండేది. ఆమె వేరే స్కూల్‌లో చేరడం వల్ల సైన్సుతోపాటు హిందీకూడా తీసుకొని డబుల్ ప్రమోషన్ కొట్టింది. తన సీనియర్లతో పోటీపడి ఒక్క సం။లో తనే ముందుకెళ్ళిపోయింది.

ఒకసారి టెన్నిస్ ఆడేటప్పుడు తనకనిపించింది పొడవాటి జులపాలు ఆటకు చాలా ఇబ్బంది కల్గిస్తాయి. అదీ వేసవికాలంలో.. కిరణ్ వ్యవహార కుశలత గల పిల్ల.
అబ్బ! ఈ పొడవైన జుత్తు ఆడేటప్పుడు నా కళ్ళల్లో పడి నన్ను ఇబ్బంది పెడుతుంది. దీనినుండి నేను విముక్తి పొందాలి.
చాలా చొరవగా అమ్మనుండీ అనుమతి కోరింది. అమ్మ రోజూ మాతోపాటు సాయంకాలం టెన్నిస్ కోర్టుకు వస్తూండేది.
అమ్మా! నా జుత్తు కట్ చేయించుకొంటాను. ఈ శిరోజాలతో నాకు చాలా ఇబ్బంది కల్గుతుంది.
అట్లాగే...! కట్ చేయించుకో...
DOGRA
Hair Dresser AMRITSAR
కిరణ్ వెంటనే రోడ్డు దాటి వెళ్ళి వాళ్ళ నాన్న క్రాఫ్ చేయించుకొనే సెలూన్‌లో జుత్తు కట్ చేయమని చెప్పింది.
డోగరా తన పద్ధతిలో జుత్తు కత్తిరించాడు. (మగవాళ్ళకు మల్లే) బ్యాక్ కట్ స్టైల్లో.
ప్యాంటు వేసుకొంటే కిరణ్ అచ్చం అబ్బాయిలాగానే ఉండేది. ఆడపిల్లలకి ఆకతాయిల వల్ల ఇబ్బంది కల్గే సందర్భాల్లో తాను మగపిల్లవాడిలా ఉండడం వల్ల తేలిగ్గా తప్పించుకుపోయేది.
ఓయ్ నీవు అబ్బాయివా... అమ్మాయివా...!
నీకున్నాయి... అవి కళ్ళా చొక్కా గుండీలా?

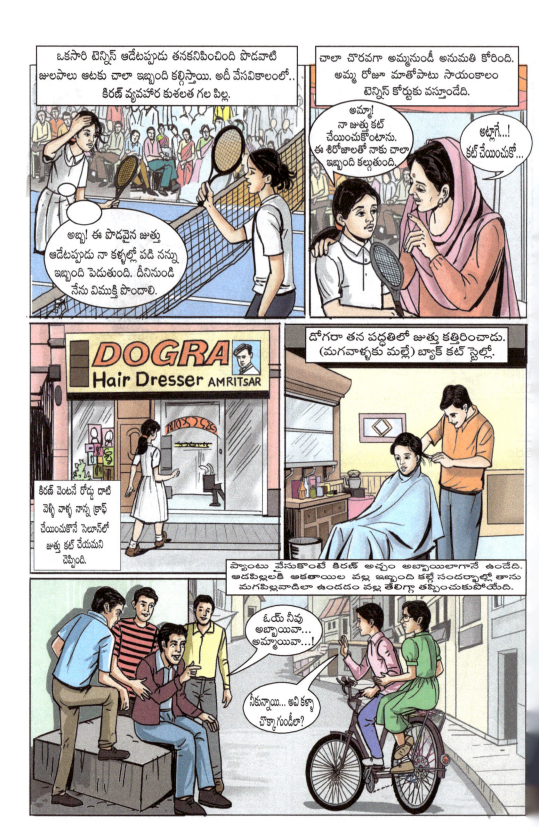

ం స్త్రీపురుష భేదం వల్ల కల్గే దురభిప్రాయాల్ని కిరణ్ చాలా
సహ్యించుకొనేది. ఈ విషయం తనకు బాగా గుర్తు. ఇట్లాంటి
కారణాల వల్లే సెక్రటరీ ఆఫీసు నుండి వెళ్ళడానికి రైలు
కెట్టు తీసుకొనేటప్పుడు గంటల తరబడి వేచి ఉండాల్సి వచ్చేది.
పంజాబ్ స్టేట్ లాన్ టెన్నిస్ అసోసియేషన్
ఈ దురభిప్రాయం అంతటితో ఆగలేదు. అమ్మాయి అవ్వడం వలన అబ్బాయిలతో పోటీపడి టెన్నిస్ ఆడినప్పుడు చాలా తక్కువ అలవెన్సు దొరికేది. అన్యాయాన్ని అసలు సహించని కిరణ్ దానిని తీవ్రంగా వ్యతిరేకించింది. ఆఖరికి అబ్బాయిలతోపాటు అమ్మాయిలకు కూడా మంచిగా అలవెన్సులు ఇప్పించిగానీ ఊపిరి పీల్చుకోలేదు.
రణ్ ఎట్లాంటి భేదభావాన్నీ, ఎట్టి
పరిస్థితుల్లోనూ సహించేదికాదు.
అమ్మా నీవిచ్చిన డబ్బుల్లో.... ఇవిగో ఇవి పొదుపుచేశాను.
నాన్నా! ఇట్లాంటి పరిస్థితులద్వారా నీవు నేర్చుకోవాలి. గుర్తుపెట్టుకో. నీవు పెద్దదానివైనపుడు ఈ మనుషుల్లా తయారవ్వకూడదు. నీదంటూ ప్రత్యేకమైన తేజంతో ఉండాలి.
నా బంగారు తల్లీ! నీవెప్పుడూ ఇలాగే చేస్తావు. నీ సమయాన్ని పాడు చేయవు. నీ డబ్బుల్నీ పాడుచేయవు.

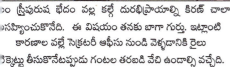

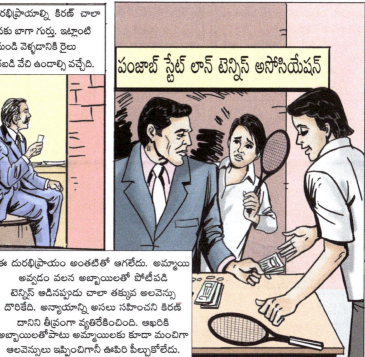

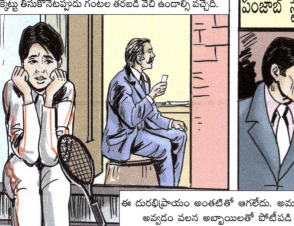

ఎప్పుడైతే పెళ్ళీడుకొచ్చిన యువతులంతా సంసారంలో పడే ప్రయత్నం చేస్తారో, పెళ్ళి ఆలోచనల్లో మునిగిపోతారో అదే ఈడు ఆడపిల్లే అయిన కిరణ్ మాత్రం సర్వతోముఖ ప్రజ్ఞాశాలి అయ్యేందుకు భూమికను సిద్ధం చేసుకొంటోంది.
1965లో భారత్ పాకిస్తాన్ యుద్ధ సమయంలో రక్తదానం చేసింది. ఆసుపత్రిలో క్షతగాత్రులకి స్వయం సేవికగా సేవలనందించింది.
డిబెటింగ్ సొసైటీ
వాద చర్చల పోటీల్లో, వక్తృత్వ పోటీల్లో పాల్గొని నెగ్గింది.
విద్యార్థి పరిషత్‌కు ప్రతినిధిగా పనిచేసింది.
అథ్లెటిక్స్‌లో చాలా బాగా పాల్గొన్నది.
అథ్లెటిక్స్ సొసైటీ
ఆమె ఎన్నో రకాల ఆటల్లో పతకాల్ని, బహుమతుల్ని గెలుచుకుంది.

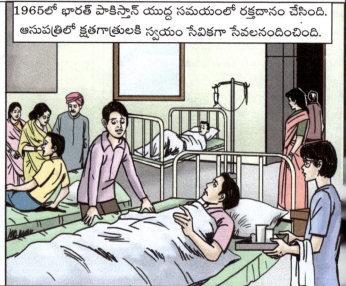

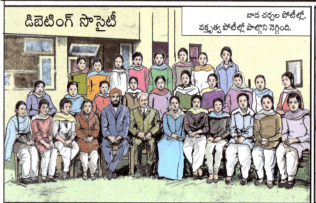

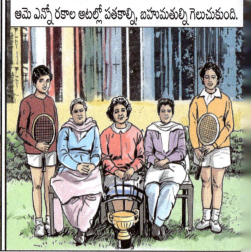

కిరణ్ ఎన్.సి.సి. లో ఉత్తమ క్యాడెట్‌గా ఎంపికయ్యింది.

కళాశాలలో ప్రదర్శించుకొనే నాటికలు, నాటకాల్లోనూ పాల్గొనేది.

కాలేజ్‌లో అత్యుత్తమ ఆల్‌రౌండర్ ట్రోఫీని కూడా గెలుచుకుంది.

కిరణ్ అన్ని చోట్లా విజయాన్ని సాధించింది.

1967 ఆల్ ఇండియా నేషనల్ గర్ల్స్ లాన్ టెన్నిస్ చాంపియన్‌షిప్‌తో కిరణ్ క్రీడాజీవితం ఆరంభమయ్యింది.

A.I. GIRLS' LAWN TENNIS 1967.

Miss Kiran Peshawria Wins Singles Title

From Our Correspondent

AMRITSAR, Feb. 4 — Carmichael (Australia) and Elsenbroich (Germany) today entered the singles final of the Punjab Lawn Tennis Championships beating Orlander (Sweden No. 2) and Mabrouk Ali (UAR) 6|3, 6|8, 6|4, 6|3 and 6|4, 6|4, 6|4, 9|7, respectively.

Miss Kiran Peshawria won the singles final of the All-India National Girls' Lawn Tennis Championships beating Miss Shobha Pawar 6|2, 6|3. Incidentally, it was wrongly reported in yesterday's results that Miss Kiran Peshawria had beaten Miss Rita Surayya. Actually, Miss Surayya beat Miss Peshawria 5|7, 6|4, 7|5 in the domen's singles semi-finals.

The following are the results:

Men's Singles: Carmichael b Orlander 6|3, 6|8, 6|4, 6|3; Elsenbroich b Mabrouk Ali 6|4, 6|4, 9|7.

Men's Doubles (semi-finals): Balram Singh and G. Misra b Akbari and Namati 6|3, 6|2; Carmichael and Mabrouk Ali versus Vinay Dhawan and Shyam Minotra unfinished with one set all and 5|5 in the third set.

Boys' Juniors (over 14) singles (semi-finals): G Misra b Om Prakash 6|2, 12|10; Nemati b Narendra Singh 3|6, 6.

's Juniors Doubles (Semi-finals): Narendra Singh and Misra b Mukherji and Nemati 6|3, 3|6, 6|3; Ranade and S. Menon b Om Prakash and Vijay Dhawan 6|3, 6|0.

Boys' Juniors (under 14) semi-finals): B. K. Goswami b Jasbir Singh 6|3, 6|0; Pawan Bhatia b Kishen Verma.

Girls' Singles (Final): Miss Kiran Peshawria b Miss Shobha Pawar 6|2, 6|3.

Mixed Doubles (Semi-finals): Miss Kiran Peshawria and Balram Singh b Mrs. P. Gupta and Elsenbroich 6|2, 6|3.

DECCAN HERALD Wednesday, December 31, 1969

Punjab girls retain Varsity Tennis title

BANGALORE, December 30.

PLAYING scintillating Tennis Kiran Peshwaria, skipper of Punjab, helped her team retain the title which they won last year at Waltair by claiming the last reverse singles against Udaya Kumar after her sister Rita Peshwaria had made short work of Jayanthi in the first singles in the All-India Inter-University Tennis Tournament final for women at the Mahila Seva Samaj courts this morning. Punjab won 3-2.

With the scores at 2-all all interest was focused on the Kiran vs. skipper Udaya Kumar tie and rightly so for it turned out to be the best and most thrilling match of the day.

MORE SPORTS NEWS ON PAGE 10

(14) THE SUNDAY TRIBUNE, DECEMBER 14, 1969

Kiran Peshawaria Whips Yugoslav Girl To Win Title

NEW DELHI, Dec. 13 (UNI, PTI)—Top-seeded Kiran Peshawaria, of Punjab, won the women's singles title in the Delhi State Lawn Tennis Championships when she whipped Irena Skaja, of Yugoslavia, 7-5 6-4 here today.

నేషనల్ కోచింగ్ శిక్షణా శిబిరంలో ఆమె పడ్డ కష్టమంతా ఫలప్రదం కాసాగింది.

నేషనల్ జూనియర్ కోచింగ్ క్యాంపు, పూణే.

KIRAN PESHAWARIA

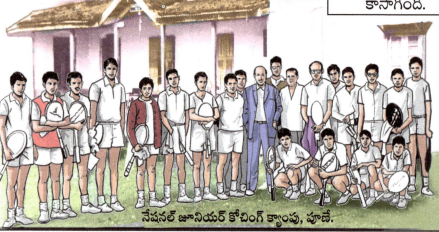

ఎందుకంటే మా అక్కచెల్లెళ్ళంతా తెల్లనిక్కరు, బుష్‌షట్టు వేసుకొని టెన్నిస్ ఆడేవాళ్ళం. అందుకే మాకు పంజాబ్ బ్రదర్స్ అని సరదాగా టైటిల్ ఒకటి ఇచ్చేసారు.
'శభాష్ పంజాబీ బ్రదర్స్'
'ది పంజాబ్ బ్రదర్స్' ఆ ప్రాంతానికి గర్వకారణం అయ్యింది.
ఆల్ ఇండియా ఇంటర్ యూనివర్సిటీ ఉమెన్స్ చాంపియన్‌షిప్ ట్రోఫీ ఉత్తర భారత్‌నుండీ మా ప్రాంతానికి వచ్చింది. మూడు వరుస పెట్టు విజయాల తరువాత అది మొట్టమొదటిసారి 1968 విశాఖపట్టణంలో, 1969 బెంగళూరులో, మూడవసారి 1970లో జబల్‌పూర్ నుండీ లభించాయి.

‘మీరు వింటున్నది ఆకాశవాణి’ నేటి క్రీడా సమాచారం. పంజాబ్ యూనివర్సిటీ ఈ సం॥ జరిపిన టెన్నిస్ పోటీల్లో తన స్థానాన్ని అలాగే నిలుపుకొన్నది పెషావరియా సోదరీమణులు కర్ణాటక యూనివర్సిటీని ఒక్క మ్యాచ్‌లోనే ఓడించారు.
ఆ రోజుల్లో రేడియోనే వెంటనే సమాచారాన్ని అందించగల ప్రసార సాధనం. ఆ తరువాత పత్రికలు, ఇంకా కొద్దిగా ఆలస్యంగా తపాలా...
సరైన వయసులో యువతిగా చాంపియన్ ట్రోఫీల్ని గెలవడంలో కిరణ్ ఒక పేరుమోసిన క్రీడాసంపదగా మారింది.
ఆమె తన మొట్టమొదటి ఆటోగ్రాఫ్ ఒక బాలికకు ఇస్తూ, “నీ జీవితంలో అసామాన్యురాలిగా అవ్వు” అని వ్రాసి ఇచ్చింది.
అప్పుడు ఆమెకి ఏమి తెలుసు ముందు ముందు పోటీపడాల్సిన సాహసం చేయాల్సినప్పుడు తనలో ఈ భావాన్ని చరితార్థం చేసుకొంటూ పోతూందని...
“నీ జీవితంలో నీవు అసాధారణమవ్వు”
- కిరణ్ పెషావరియా.
Be Extra Ordinary in your Life
Kiran Peshawaria

మ్యాచ్‌కి వెళ్ళినప్పుడల్లా నీవు కాలేజి క్లాస్ మిస్ అవుతున్నావు. అప్పుడు ఎలా నీకోర్సు పూర్తిచేస్తావు?
నేను ప్రయాణం చేసే సమయంలో పుస్తకాలు నా వెంటే తీసుకెళతాను. మ్యాచ్ అయిన తర్వాత సాయంత్రం పూట చదువుకొంటాను.
మీరు టెన్నిస్ పెషావర్ శైలిలోనే ఆడతారా?
టెన్నిస్ ఒక ఆట, దానిలో ఆల్‌రౌండర్ అవ్వడం తప్పనిసరి. అట్లాగే నేను ప్రభుత్వ ఉద్యోగంలోకి వెళ్ళాలనుకొంటున్నాను.
ఒంటరిగా ప్రయాణాలు చేస్తుంటే నీకు భయం వేయదా అమ్మా!
లేదాంటీ! మా తల్లితండ్రుల పెంపకం నన్ను ధైర్యవంతురాల్ని చేసింది.
నీవీ లోకంలో అన్నిటికంటే ఎక్కువగా ఎవర్ని ప్రశంసిస్తావు
మార్టిన్ లూథర్‌కింగ్, ఇందిరాగాంధీని.
మీరు ఖాళీసమయాల్లో ఏమి చేస్తారు.
మా తోబుట్టువుల్తో కలిసి సైకిల్‌మీద తిరుగుతా. మాకిష్టమైన మా చాట్‌బండార్ వాలా దగ్గర గోల్‌గప్పె (పూరి) తింటాను.
జీవితంలో మీ ముందున్న ఒక ఆదర్శమైన ఆలోచనను చెప్పండి?
మా అమ్మ నాన్నలకి ఎంతో పేరు ప్రతిష్ఠల్ని కలుగచేయాలి.

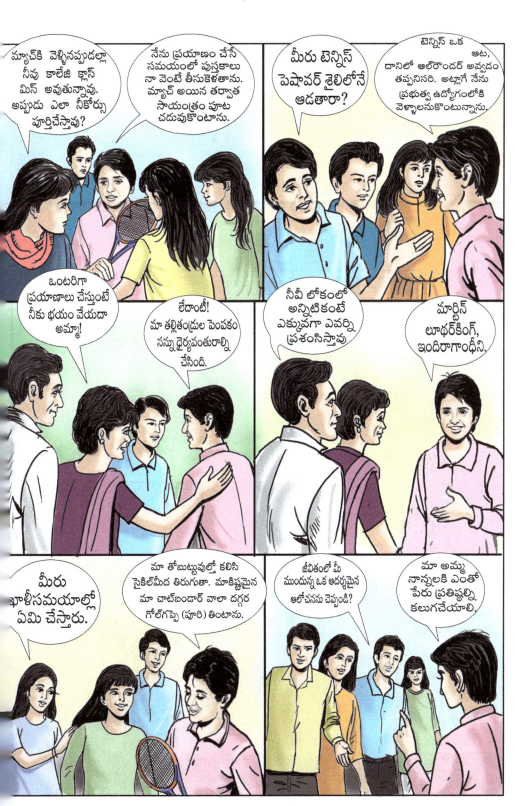

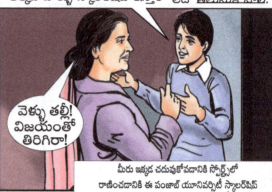

కాలేజీనుండి డిగ్రీ పొందిన తర్వాత ఆమె మరొక కార్యక్రమం సిద్ధం చేసుకొంది.
అమ్మా! నేను పొలిటికల్ సైన్సెస్‌లో ఎమ్.ఏ. చేయాలనుకొంటున్నాను. దానికోసం చండీగర్ వెళ్ళి వైస్‌ఛాన్సలర్ శ్రీసూరజ్ భాను గారిని కలవాలి. నాకు అక్కడ వాళ్ళు స్కాలర్‌షిప్ ఇస్తారో లేదో తెలుసుకోవాలి.
వెళ్ళు తల్లీ! విజయంతో తిరిగిరా!
మీరు ఇక్కడ చదువుకోవడానికి స్పోర్ట్స్‌లో రాణించడానికి ఈ పంజాబ్ యూనివర్సిటీ స్కాలర్‌షిప్ ఇచ్చి తన గౌరవాన్ని మరింత పెంచుకొంటోంది. అమ్మా! ఇలా చేయడం మాక్కూడా మొదటిసారి ఎందుకంటే ఇప్పటి వరకూ ఏ విద్యార్థీ రెండింటిలో ప్రథమస్థానాన్ని పొంది ఉండలేదు
అక్కడ అప్లికేషన్ దాఖలు చేసిన కిరణ్ (ఫ్లయింగ్‌సిఖ్) అయిన మిల్కాసింగ్ మరియు ఆయన భార్య నిర్మలాసింగ్‌ని కలిసింది. అప్పుడు మిల్కాసింగ్ యూనివర్సిటీ స్పోర్ట్స్ డైరెక్టర్‌గా ఉన్నారు.
మా ఇద్దరికీ నిన్ను చూస్తుంటే చాలా గర్వంగా ఉందమ్మా. ఇది స్పోర్ట్స్ సామాగ్రి భద్రం చేసే గది. రాకెట్స్, బంతులు నీకేమి కావాలన్నా తీసుకోవచ్చు. మొత్తం పంజాబ్ యూనివర్సిటీ స్పోర్ట్స్ డైరెక్టర్‌ని చెబుతున్నాను. ప్రాక్టీసు విషయంలో, సామాగ్రి విషయంలో నీకెలాంటి లోటూ ఉండకూడదు.

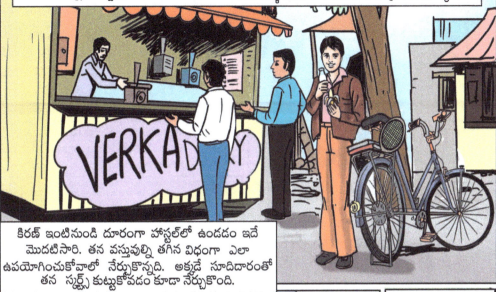

యూనివర్సిటీకి వెళ్ళి కిరణ్ పూర్తిగా తన పనిలో నిమగ్నమైపోయింది. ఎప్పటికీ నేర్చుకోవాలనే తపన చెందే కిరణ్ అందివచ్చే ప్రతి అవకాశాన్ని ప్రయోజనకరంగా మలచుకోవడమే కాదు, అట్లాంటి సందర్భాలను సృష్టించేదికూడా. ఉదయాన్నే తనకిష్టమైన దుకాణం నుండి పాలు, అరటిపళ్ళు తీసుకొని తినడంతో రోజు ప్రారంభమయ్యేది.
కిరణ్ ఇంటినుండి దూరంగా హాస్టల్‌లో ఉండడం ఇదే మొదటిసారి. తన వస్తువుల్ని తగిన విధంగా ఎలా ఉపయోగించుకోవాలో నేర్చుకొన్నది. అక్కడే సూదిదారంతో తన స్కర్ట్స్ కుట్టుకోవడం కూడా నేర్చుకొంది.
కాలేజిలో జరిగే సభలు సమావేశాల్లో పాల్గొనడం ఆమెకు ఎంతో ఉత్సాహంగా ఉండేది. అట్లాంటి కార్యక్రమాల్లో ఆమెకు రుచి ఉండేది.
నిద్రరాకపోతే బయటకొచ్చి కూర్చొని చదివేది.
అథ్లెటిక్స్ ఈవెంట్స్‌లో కూడా బాగా పాల్గొనేది.
ఆమె ఢిల్లీలో జరిగిన కామన్వెల్త్‌ఎక్స్ చేంజ్ ఆఫ్ స్టూడెంట్స్ లో పంజాబ్ యూనివర్సి టీనుండి ప్రాతినిధ్యం వహించింది.

CAMPUS GIRL BAGS
'DOUBLE'
IN DELHI TENNIS

Kiran Peshawaria, a student of this campus won a double crown in the Delhi Hard Court Tennis Championships held recently at the NSCI Courts from October 12—20.

In the Ladies singles, Kiran had no difficulty in putting it past Manju Gupta at 6—3, 6—4. For Kiran it was sweet revenge as she had been beaten earlier by Manju Gupta in the National Championship.

"I had gone to Delhi, determined to win the Championship", says Kiran, a regular and familiar figure on the Campus Tennis Courts. Her short hair muffled by the stiff breeze that blew across the court, a wide grin on her face, Kiran said that she was very happy that she had won.

కిరణ్ యూనివర్సిటీ టాపర్ అయింది. అక్కడ చదువు అయిన తరువాత అమృత్‌సర్ ఖిలాసా మహిళా కళాశాలలో పొలిటికల్ సైన్స్‌లో లెక్చరర్‌గా ఆమెకు ఉద్యోగ అవకాశం వచ్చింది.

ఒక యువతి ఉపాధ్యాయిని కావడం వలన పాత పద్ధతుల్ని మార్చి వేసి విద్యార్థినుల్ని స్వయంగాటీచర్లుగా అవ్వడానికి ప్రోత్సహించింది. దానితో వాళ్లలో ఆత్మవిశ్వాసం పెరిగింది.

ఆమె అమృత్‌సర్‌లో లూనా మోపెడ్ నడిపిన మొదటి మహిళ.

ఆమెపై మరోసారి ప్రశంసల జల్లు కురిసింది. తన మిత్రులు కూడా ఆమె అంటే ఉత్సాహంగా కనబర్చేవారు. విద్యార్థినులైతే ఆమెను తమ రోల్‌మోడల్‌గా భావించేవారు. ఆమె ఆల్‌రౌండర్ కాబట్టి సివిల్‌సర్వీసెస్ పరీక్షకి ప్రిపేర్ అయింది. ఒక ప్రక్క కాలేజీలో బోధిస్తూ, మరో ప్రక్క టోర్నమెంట్స్‌లో పాల్గొనడం మానేదికాదు.

మా శుభాకాంక్షలు, మా ప్రార్థనలు మీతో తీసుకొని వెళ్ళండి. మీరు తప్పక గెలుస్తారు.

ధన్యవాదాలు నేను నిస్సంతయంగా గెలుస్తాను, మీరు చేసిన ప్రార్థనలపై నాకు భరోసా ఉంది.

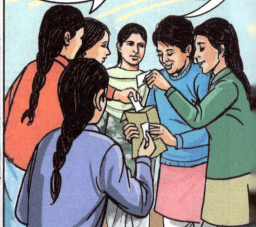

మేడమ్ మీరు అన్నింటిని ఒక్క పట్టున ఎలా చేయగల్గుతారు?
నా స్వభావమే అంత. నేను అట్లాంటి చాలా పనులు ఒక్కసారిగా చేయగల పరిస్థితుల్లోనే పెద్దదాన్ని అయ్యాను.
మేడమ్! మేం మిమ్మల్ని ఎప్పుడూ ప్యాంటుమీదే చూశాం. మీరెప్పుడైనా చీర కట్టుకొన్నారా?
నేనెక్కువగా బయట ఉంటుంటాను. ఆడుతూ ఉంటాను. సైకిల్ నడుపుతూ ఉంటాను. ఇట్లాంటి క్రియాశీలమైన జీవితంలో ప్యాంటు వేసుకోవడం చాలా సౌకర్యంగా ఉంటుంది. అందువల్లనే ఇప్పటివరకూ చీర కట్టుకోలేదు.
మీరు విదేశాలు వెళ్ళే అవకాశం వస్తే వెళతారా?
చూచి రావడానికైతే... తప్పకుండా వెళ్తాను. అక్కడ ఉండడానికి మాత్రం కాదు. నేను నా దేశానికి సేవ చేయాలనుకొంటున్నాను.
మేం విన్నాం - మీరు సివిల్స్‌కి ప్రిపేర్ అవుతున్నారట? అయితే ఎట్లాంటి శాఖలో సేవలనందిస్తారు?
నాకు ఐ.పి.ఎస్. అంటే ఇష్టం. ఎందుకంటే అది ఎట్లాంటి సేవ అంటే వెంటనే దానివల్ల న్యాయం జరుగుతుంది.
మీ దృష్టిలో ఆదర్శ పురుషుడు ఎవరు?
వివాహం అన్నది ఇద్దరికీ సరిసమానమైన అనుబంధం అన్నది ఏ పురుషుడు అర్థం చేసుకుంటాడో అతడు.
మీరు ధనానికి ఎల్లాంటి ప్రాధాన్యతనిస్తారు?
మన అవసరాలు తీరడానికి ఎంత అవసరమో అంత. అవసరానికి మించి ఉన్నదానిని పంచిపెట్టాలి.

1. FIGHT FIGHT FIGHT
2. Determination – Presence of Mind – Positive Attitude
3. THAT LITTLE EXTRA
4. Concentration – Anticipation – Early Running – Early swing – Early Position
5. Energy Like A Million Batteries
6. yet Cool – Cool and Thoughtful
7. TAKE YOUR TIME – FOLLOW THROUGH
8. BEND – BEND – BEND
9. Relaxed Limbs
10. Stroke High For GOOD LENGTH
11. ALWAYS KEEP OPPONENT OUT SIDE THE BASELINE
12. PASS VERY CALMLY DOWN THE LINE OR LOB WELL
13 SERVE – THROW – SWING WELL – BODY WEIGHT – OVER THE SERVICE LINE

ALWAYS BRING A PROPER SWING – FOLLOW THROUGH
RALLY – RALLY – RALLY HIGH
AVOID THE NET – AVOID GERK
GET NEAR AND UNDER THE BALL – BEND – BEND – BENT
KEEP IN MIND THE COOL AND STROKING PICTURE OF KRISH IN MIND –
PLAY ALL COURT GAME
REMEMBER YOU YOURSELF HAVE PLAYED AND WON GREAT FINALS WHICH HAVE BEEN ACKNOWLEGED NEAR WORLDCLSS
GOOD LUCK AND MY BLESSINGS ARE WITH YOU

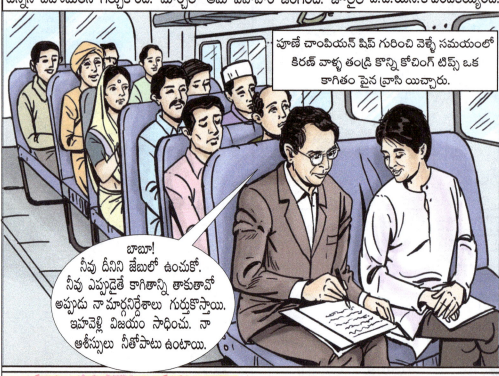

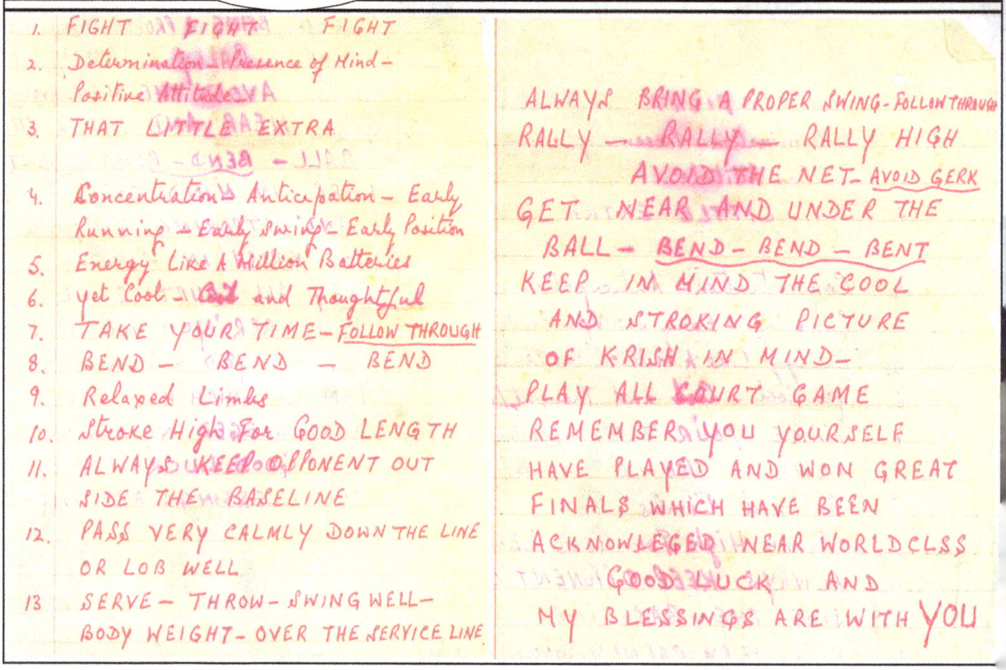

DOUBLES CROWN FOR AMRITHRAJ BROTHERS

Kiran Peshawaria Is Asia Women's Tennis Champion

POONA, February 12 (UNI, PTI)—Top-seeded Kiran Peshaw emerged as the women's champion in the Asian Tennis Tournament feating the No. 2 seed Susan Das 6-2, 6-0 here today.

Susan was unable to find her touch ainst the brilliant all-court game Kiran.

Kiran began in right earnest. After eping her service, she broke rough in the very second game to ad 2-0. She again had another break-rough in the eighth game and won sily at 6-2.

In the second set, she broke rough in the second game and after t Susan hardly put up any fight. e failed to keep even one service. was only in the first set that san tried to battle it out. Kiran, re experienced and playing well-ntrolled strokes made Susan run m end to end. Susan also missed me simple placements and on most casions she was hitting the ball rectly to Kiran instead of varying e direction.

The Amrithraj brothers, Anand and Vijay, established themselves as the nation's top pair today by beating the top-seeded Davis Cup pair of Premjit Lall and Jaideep Mukherjea in a thrilling four-setter in an hour and a half.

Anand and Vijay had beaten Lall d Jaideep earlier as well as Lall d Krishnan. They could have won straight games today but for some firm and indecisive strokes by nand, who was brilliant and erratic patches.

Vijay and Anand, having broken rough the initial services of both all and Mukherjea in the first set, ere leading 3-0. They became over-nfident and that was responsible r the set going over the tie-breaker.

Vijay Amrithraj also looks well set r a double as he should be able to peat his recent success over Jaideep Indore in the singles final.

Kiran Peshawaria is another player with a good chance for a double. She is in the mixed doubles final and may clinch the title.

Rekha Dube and Uday Kumar took the women's doubles title defeating Susan Das and Shobha Pawar in three sets. This was a rather poor match in which also the steadiness of Rekha and Uday won the day. Uday was best of the four players, and played some good ground strokes.

KIRAN PESHAWARIA

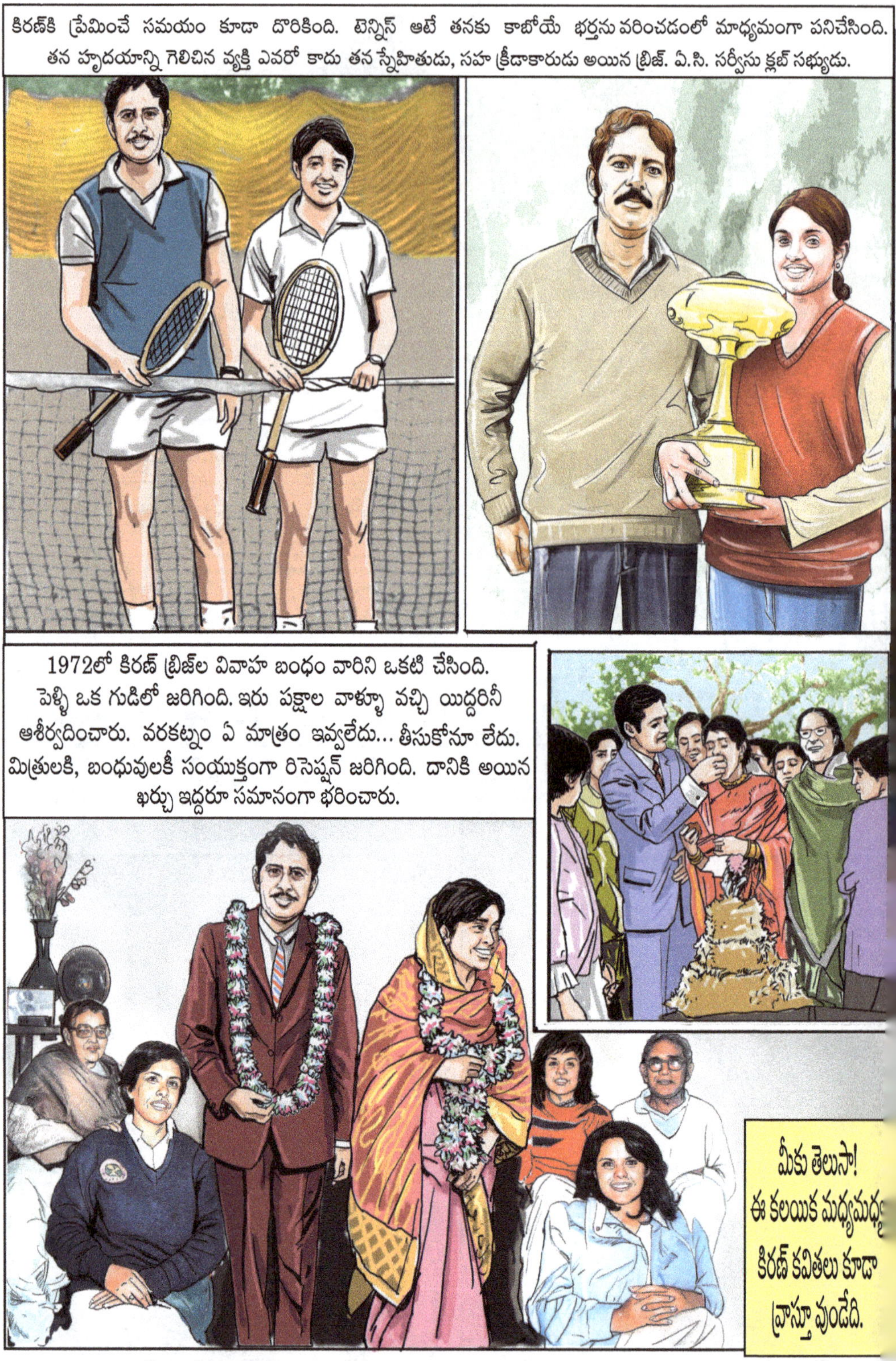

కిరణ్‌కి ప్రేమించే సమయం కూడా దొరికింది. టెన్నిస్ ఆటే తనకు కాబోయే భర్తను వరించడంలో మాధ్యమంగా పనిచేసింది.
తన హృదయాన్ని గెలిచిన వ్యక్తి ఎవరో కాదు తన స్నేహితుడు, సహ క్రీడాకారుడు అయిన బ్రిజ్. ఏ.సి. సర్వీసు క్లబ్ సభ్యుడు.
1972లో కిరణ్ బ్రిజ్‌ల వివాహ బంధం వారిని ఒకటి చేసింది. పెళ్ళి ఒక గుడిలో జరిగింది. ఇరు పక్షాల వాళ్ళూ వచ్చి యిద్దరినీ ఆశీర్వదించారు. వరకట్నం ఏ మాత్రం ఇవ్వలేదు... తీసుకోనూ లేదు. మిత్రులకి, బంధువులకీ సంయుక్తంగా రిసెప్షన్ జరిగింది. దానికి అయిన ఖర్చు ఇద్దరూ సమానంగా భరించారు.
మీకు తెలుసా!
ఈ కలయిక మధ్యమధ్య
కిరణ్ కవితలు కూడా
వ్రాస్తూ వుండేది.

1972 జూలైలో కిరణ్ ఒక చరిత్ర సృష్టించింది. ఆమె ఇండియన్ పోలీస్ సర్వీస్‌లో అధికారిగా నియమితురాలైంది. అట్లా ఐ.పి.యస్. అయిన తొలి భారతీయ మహిళ కిరణ్.
కిరణ్‌కి, తన మిత్రులకీ ఇండియన్ సివిల్ సర్వీస్ ఫౌండేషన్ కోర్సులో శిక్షణ ఇవ్వబడింది. ఆ అకాడమీలోకి వచ్చిన నెలరోజుల్లో కిరణ్ కేంద్ర గృహమంత్రి నుండి పిలుపు వచ్చింది.
కిరణ్! మిమ్మల్ని ఢిల్లీ రమ్మని పిలుపు వచ్చింది. అక్కడ మీరు గృహమంత్రి వర్యుల్ని కలవాలి.
కిరణ్ ఈ విషయాన్ని అకాడమీలో తన స్నేహితులకి చెప్పింది.
నీ మనస్సు మార్చుకోకు. మేం నిన్ను మొట్టమొదటి ఐ.పి.యస్‌గా చూడాలనుకుంటున్నాం.
మీరేమి ఆలోచిస్తున్నారు.. నేనట్లా ఎందుకు చేస్తాను?
కిరణ్ మీకు తెలుసా! మేమెప్పుడూ ఆడవాళ్ళని ఐ.పి.ఎస్. అధికారులుగా నియమించము.ఎందుకంటే ఇది ఎంతో సాహసంతో కూడుకొన్నది. మీరు దీనిపై పునరాలోచించండి.
లేదు సార్! నేను కేవలం ఇండియన్ పోలీస్ సర్వీస్‌లో పనిచేయడాన్నే కోరుకుంటున్నాను. నా ఆసక్తి అంతా స్థిరంగా దానిపైనే వుంది.
K.C. PANT

రాజస్థాన్‌లోని మౌంట్-అబూలో నేషనల్ పోలీస్ అకాడమీలో నిబద్ధమైన శిక్షణలో ఉండగా మొదటి ఛాయా చిత్రం.
ఆమె మొట్టమొదటి మహిళా పోలీసు ఆఫీసర్ కావడం వలన మీడియా వాళ్ళు ఇంటర్వ్యూ తీసుకున్నారు.
మీరు ఇండియన్ పోలీస్ సర్వీసులో జేరాలని ఎందుకనుకొంటున్నారు? మీ ఎదుట ఇంకా ఇతర అవకాశాలున్నాయి కదా!
నాకు సంబంధించి పోలీస్ అంటే ఒక శక్తిని పొందడం. ఆ శక్తితో తప్పును వెంటనే సరిదిద్దగలగాలి. వెంటనే పరిస్థితిని చక్కబెట్టాలి. వెంటనే న్యాయం జరిగేలా చూడాలి. ఇదే పోలీసుగా నా జీవిత కర్తవ్యం.
ఎందుకంటే మీరు మొట్టమొదటి మహిళా అధికారి. అందుకే వాళ్ళు మీ కోసం క్రొత్త యూనిఫారం తయారు చేస్తున్నారు.
నాకు పురుషులు ధరించే యూనిఫారం ధరించడంలో ఎట్లాంటి అభ్యంతరం లేదు. నేను ఎక్కువగా ట్రాక్ బూట్లు, ఎన్.సి.సి. యూనిఫారం వేసుకునే దానిని కదా!
మీరుండే క్వార్టర్స్ ఎక్కడ ఉంటాయి? నేను టెన్నిస్ ఆడేటప్పుడు డార్మిటరీలో ఒక భాగంలో ఉండేదాన్ని. అట్లాగే ఇప్పుడు కూడా సీనియర్స్‌తో పాటు కలసి ఉంటాను.
అవుట్‌డోర్ ట్రైనింగ్ కొరకు మీకోసం ప్రత్యేకంగా క్రొత్త ప్రోగ్రాం చిత్రీకరించబడుతుంది.
కానీ అలా ఎందుకు అట్లాంటి శిక్షణే అయితే నా శరీరం గట్టిగా, చురుగ్గా ఉండేందుకు టెన్నిస్‌లో తీవ్ర పోటీ ఎదుర్కోవలసినప్పుడు ప్రాక్టీసు చేసేదాన్ని.

అది రైఫిల్ శిక్షణ అయినా
టార్గెట్ ప్రాక్టీస్ అయినా...
లేదా... అశ్వారోహకుల బృందానికి నేతృత్వం వహించడమైనా....
లేక గుర్రపు స్వారీ నేర్చుకోవడంలో నైనా
కిరణ్ తన భర్త బ్రిజ్‌తో
ఎకాడమీలో....

పరేడ్‌లో కవాతు చేయాల్సినప్పుడు
లేదా...మెరథాన్ రేస్‌లో పరుగెత్తేటప్పుడైనా సరే అందరికంటే ముందుండేది ఆమే.
జమ్మూ కాశ్మీర్‌లో ట్రైనింగ్ సమయంలో సైనికులతో పాటు
కిరణ్ ఆమె మిత్రులతో కలసి భారత్ సందర్శన సమయంలో ఢిల్లీ వెళ్లారు. అప్పటి భారత రాష్ట్రపతి శ్రీ వి.వి. గిరిని కలిశారు.

INDIAN GIRLS BEAT SRI LANKA

COLOMBO, Aug 28.—India swept to an unbeatable 3-0 lead on the opening day of their inaugural women's tennis tie against Sri Lanka here yesterday, says PTI.

Indian women won both singles matches and the doubles event in straight sets.

Mrs Kiran Bedi began the spell of success for India when she defeated Miss Mala Fernando 6-2, 6-4.

Mrs Bedi carried far too many strokes and power for the local girl who got closest to challenging the Indian girl in second set when she pulled up to 4-5 after being down 1-4.

Miss Udaya Kumar then defeated Miss Srima Abeygoonawardena 8-6, 6-2.

In the doubles the attacking combination of Mrs Susan Das and Miss Udaya Kumar whipped the Sri Lanka pair Mrs Wendy Molligoda and Oosha Chanmugam 6-3, 6-1 in 35 minutes.

శిక్షణ ముగిసిన తరువాత ఢిల్లీ పోలీసు బృందంతో కలిశారు. 1975 జనవరి 26న గణతంత్ర దినోత్సవం నాటి పరేడ్‌లో ఢిల్లీపోలీసు దళానికి నేతృత్వం వహించే అవకాశం ఆమెకి లభించింది.

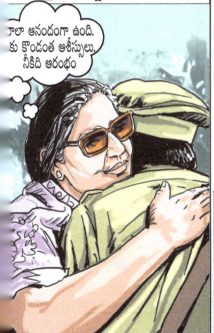

పరేడ్ అయిన తర్వాత కిరణ్‌ని గుండెలకి హత్తుకొని గర్వించింది ఆమె తల్లి.

ాలా ఆనందంగా ఉంది.
కు కొండంత ఆశీస్సులు.
నీకిది ఆరంభం

1975 సెప్టెంబర్‌లో కిరణ్ ఒక అందమైన ఆడపిల్లకి జన్మనిచ్చింది.

ఈ సిరీస్‌లో రాబోయే అంకంలో

కిరణ్ బేడీ టాప్‌కాప్‌గా గడిపిన సంవత్సరాలు

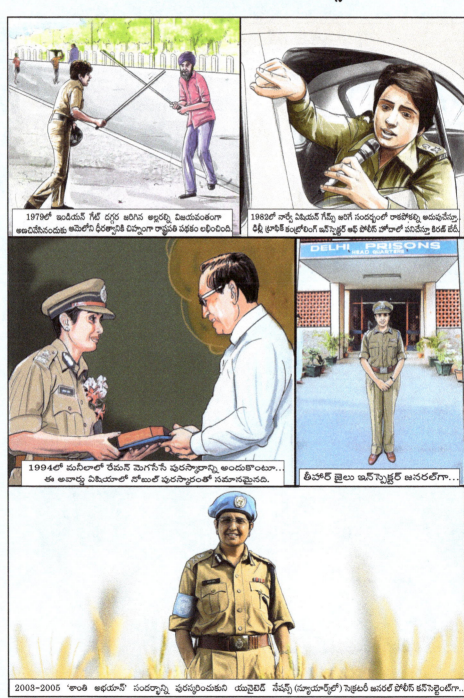